AF528953

ഗ്രീൻ ബുക്സ്

വാർത്തകൾ ഓർമ്മിക്കാനുള്ളതല്ല

ഇസ്മയിൽ മേലടി

വിവർത്തകൻ, തിരക്കഥാകൃത്ത്, സംവിധായകൻ.
കോഴിക്കോട് ജില്ലയിലെ പയ്യോളി സ്വദേശി.
വിദ്യാഭ്യാസം: കാലിക്കറ്റ് യൂണിവേഴ്സിറ്റി
ക്യാമ്പസ്സിൽ നിന്ന് അറബി ഭാഷയിൽ എം എ,
എം ഫിൽ, ജേർണലിസത്തിൽ ബിരുദാനന്തര ബിരുദം.

കഴിഞ്ഞ 35 വർഷത്തിലധികമായി പത്രപ്രവർത്തകൻ.
ഡൽഹിയിൽ മാധ്യമം, മംഗളം പത്രങ്ങളിലും ഷാർജയിൽ
ഗൾഫ് ടുഡേ ഇംഗ്ലീഷ് പത്രത്തിലും പ്രവർത്തിച്ചു.
ഖത്തറിൽ റാസ് ഗ്യാസ് കമ്പനിയിലെ മീഡിയ
റിലേഷൻസ് ഓഫീസറായും ജോലി നോക്കി.
ഇപ്പോൾ ദുബായ് മുനിസിപ്പാലിറ്റിയുടെ
ഇംഗ്ലീഷ് മീഡിയ വിഭാഗം കൈകാര്യം ചെയ്യുന്നു.

പുസ്തകങ്ങൾ: ദില്ലി, ചിന്തേരിട്ട കാലം,
The Migrant Sandstones,
ഇന്ദ്രപ്രസ്ഥത്തിലെ അതീന്ദ്രിയങ്ങൾ,
പുലം പെയർ മണൽ തുകൽകൾ (തമിഴ്)

ഇംഗ്ലീഷ്, ഹിന്ദി, അറബിക്, പേർഷ്യൻ, തമിഴ്
ഭാഷകളിലും കവിതകൾ പ്രസിദ്ധീകരിച്ചിട്ടുണ്ട്.

പുരസ്കാരങ്ങൾ: പാം അക്ഷരമുദ്ര പുരസ്കാരം (2019),
യു.എ.ഇ. എക്സ്ചേഞ്ച് ചിരന്തന സാഹിത്യ
പുരസ്കാരം (2018), ഷാർജ ഇന്ത്യൻ അസോസിയേഷൻ
പ്രവാസി സാഹിത്യ പുരസ്കാരം (2017),
അറേബ്യഅബാൻ അക്ഷരശ്രീ പുരസ്കാരം (2007),
സഹൃദയ പടിയത്ത് കവിതാ പുരസ്കാരം (2004)

Email: ismail.meladi@gmail.com

കവിത

വാർത്തകൾ ഓർമ്മിക്കാനുള്ളതല്ല

ഇസ്മയിൽ മേലടി

ഗ്രീൻബുക്സ്

green books private limited
gb building, civil lane road, ayyanthole,
thrissur- 680 003, kerala, ph: +91 487-2381066, 2381039
website: www.greenbooksindia.com
e-mail: info@greenbooksindia.com

malayalam
varthakal ormikkanullathalla
poem
by
ismail meladi

published september 2022

cover design : leojayan

printed in india
vattoly nirmala hiprint pvt ltd, thrissur

branches:
thrissur 0487-2422515
thiruvananthapuram 0471-2335301
calicut 0495 4854662

isbn : 978-93-93596-99-4

₹ 100.00
GBPL/1253/2022

ഉള്ളടക്കം

കടന്നു കയറ്റങ്ങളുടെ കരാള ദുന്ദുഭി

''ബന്ധുര കാഞ്ചന കൂട്ടിലാണെങ്കിലും
ബന്ധനം ബന്ധനം തന്നെ പാരിൽ.''

വള്ളത്തോൾ

''സ്വാതന്ത്ര്യം തന്നെയമൃതം
സ്വാതന്ത്ര്യം തന്നെ ജീവിതം
പാരതന്ത്ര്യം മാനികൾക്ക്
മൃതിയേക്കാൾ ഭയാനകം.''

കുമാരനാശാൻ

ലോകം കടന്നു പോയിക്കൊണ്ടിരിക്കുന്നത് അതിതീവ്ര വേദനയുടെയും ദുരിതങ്ങളുടെയും കരകാണാക്കടലിലൂടെയാണിപ്പോൾ. അതിവിദൂര ഭാവിയിലും പ്രതീക്ഷകളുടെ ചെറുചെരാത് പോലും ദൃശ്യഗോചരമല്ലാത്ത അഭിശപ്ത കാലഘട്ടം. മനുഷ്യകരങ്ങൾ വിതയ്ക്കുന്ന ദുരന്തങ്ങൾക്കൊപ്പം മത്സരിക്കുകയാണ് പ്രകൃതിയും.

സ്വാതന്ത്ര്യത്തിന്റെ മധുരമോഹന വാഗ്ദാനങ്ങൾ വാരിക്കോരി വിതറി വായ്ത്താരികൾ തലങ്ങും വിലങ്ങും അന്തരീക്ഷത്തെ പ്രകമ്പനം കൊള്ളിക്കുമ്പോഴും പാരതന്ത്ര്യത്തിന്റെ കൂച്ചുവിലങ്ങുകൾ അനുദിനം മുറുകിക്കൊണ്ടിരിക്കുന്നു. സ്വാതന്ത്ര്യ കാംക്ഷികളുടെ, ചിന്താശേഷിയുള്ളവരുടെ, മാനവികതയെ ഉപാസിക്കുന്നവരുടെ, സർവ്വോപരി സ്വബോധത്തിന്റെയും അവബോധത്തിന്റെയും കരുത്തുറ്റ ധൈഷണിക മനോശേഷി പേറുന്നവരുടെ ശബ്ദങ്ങൾ തമസ്കരിക്കപ്പെടുകയോ അരിഞ്ഞുവീഴ്ത്തപ്പെടുകയോ ചെയ്യപ്പെടുന്ന നീതിനിഷേധത്തിന്റെ താണ്ഡവകാലം.

സ്വയംകൃതാനർത്ഥങ്ങൾ പോലെയോ അടിച്ചേൽപ്പിക്കപ്പെടുംപോലെയോ ഉണ്ടാകുന്ന യുദ്ധങ്ങൾ ഭൂമിയിൽ പടർത്തുന്ന കഷ്ടനഷ്ടങ്ങളുടെ കരാളതയേക്കാൾ, കാലഹരണപ്പെട്ട സൈദ്ധാന്തിക രാഷ്ട്രീയ, മത, പ്രത്യയശാസ്ത്ര മിഥ്യാബോധങ്ങളുടെ ഉദ്ബോധനങ്ങളിലൂടെ വിരിയിച്ചെടുക്കുന്ന രണോത്സുകമനസ്സുകൾ മനുഷ്യർക്കിടയിൽ ബോധപൂർവ്വമോ അബോധപൂർവ്വമോ സൃഷ്ടിക്കുന്ന വിടവുകൾ, നമ്മുടെ സമൂഹം ഇതേ രീതിയിൽ ഇനി അധികകാലം അവശേഷിക്കുമോ എന്ന അശുഭചിന്ത വളർത്തുന്നു.

വരുംതലമുറകളുടെ മുമ്പിൽ നാം കൈയും കെട്ടി നിന്ന് ഉത്തരം പറയേണ്ടി വരുന്ന നിസ്സംഗതയുടെ പടുകുഴിയിലേക്ക് നാം ആപതിക്കാൻ അധികകാലം വേണ്ടി വരില്ല. ബോധാബോധങ്ങളുടെ നൂൽപ്പാലത്തിലൂടെയാണ് ഇപ്പോൾ നമ്മുടെ സന്ദിഗ്ദ്ധ സഞ്ചാരം. കാട്ടുനീതിയുടെ കൊടിവാഹകരുടെ നേതൃത്വത്തിൽ കടന്നുകയറ്റങ്ങളുടെ നീണ്ട കരങ്ങൾ നമ്മുടെ ആത്മാഭിമാനത്തെ ഗളച്ഛേദം ചെയ്യുംമുമ്പ് നാം ജീവിച്ചിരുന്നതിന്റെ അടയാളങ്ങളെങ്കിലും അവശേഷിപ്പിക്കാൻ നമുക്കാവണം.

ലോകത്തെ എല്ലാ കടന്നുകയറ്റങ്ങളുടെയും ഇരകൾക്ക് ഈ പുസ്തകം സമർപ്പിക്കുന്നു.

ഇസ്മയിൽ മേലടി

വാർത്തയാവാത്ത ജീവിതങ്ങളുടെ പുസ്തകം

വീരാൻകുട്ടി

ദില്ലിയിലും തുടർന്ന് ഗൾഫ് ലോകത്തും പത്രപ്രവർത്തകനായി മൂന്നു പതിറ്റാണ്ടു പിന്നിട്ട ഒരാളുടെ ഏറ്റവും പുതിയ കവിതാസമാഹാരമാണ് എന്റെ മുന്നിൽ.

അക്കാലം നേരിട്ട അനുഭവങ്ങളുടെ മഞ്ഞുമല ഓർമ്മകളുടെ അടിത്തട്ടിൽ ഇപ്പോഴും സജീവമെന്ന് വിളിച്ചു പറയുന്നു ഈ കവിതകൾ. പത്രവാർത്തകളിൽ ആ ഹിമശിഖരത്തിന്റെ മുനമ്പ് മാത്രമേ ലോകം കണ്ടിരിക്കാനിടയുള്ളൂ. ഹൃദയവികാരത്തിന്റെ ആർദ്രത കലർത്താൻ അനുവാദമില്ലാത്ത ഭാഷയിലതു പകരേണ്ടി വരുന്നതിന്റെ സങ്കടം തീർക്കാൻ കൂടിയാവണം അദ്ദേഹം കവിതയിലേക്ക് വരുന്നത്. ആ നിലയ്ക്ക് ഇസ്മയിൽ മേലടി എന്ന പത്രപ്രവർത്തകന് കവിത ഒരു ആത്മവിമോചനവഴിയാണ് എന്നു പറയാം.

'വാർത്തകൾ ഓർമ്മിക്കാനുള്ളതല്ല' എന്ന പുസ്തകനാമത്തിൽ തുടങ്ങുന്നു ഈ കവിതകളുടെ വാർത്താബന്ധം. കേരളവൃത്താന്തം, ചൂടാറിയ വാർത്തകൾ തുടങ്ങിയ കവിതകളിലും പത്രവാർത്ത നേരിട്ട് കടന്നുവരുന്നുണ്ട്.

നിർമ്മിത വാർത്തകളുടെ വിവരക്കൂമ്പാരത്തിനിടയിൽ കാണാതാകുന്ന നിഷ്കളങ്ക മനുഷ്യനെ തിരയുകയാണ് 'വാർത്തകൾ ഓർമ്മിക്കാനുള്ളതല്ല' എന്ന കവിതയിൽ. ഓർമ്മകളും കിനാക്കളും ബലാൽക്കാരം ചെയ്യപ്പെടുന്ന, ഭാഷയുടെ ആക്രോശത്തിൽ കാതുകൾ ബധിരമാകുന്നത് കവി അറിയുന്നുണ്ട്.

വാർത്തയുടെ ചൂടാറുമ്പോൾ ഇരയുടെ നിലവിളിക്കെന്തു സംഭവിക്കുന്നു എന്ന് വേദനയോടെ ഓർക്കുന്ന കവിതയാണ് 'ചൂടാറിയ വാർത്ത.' ഒപ്പം പീഡനവാർത്തകളെ പിന്തുടർന്നു വരുന്ന അസംബന്ധ നാടകങ്ങൾ, രക്ഷകവേഷങ്ങൾ ഒക്കെയും ഈ കവിതയിൽ തെളിയുന്നുണ്ട്. ആഘോഷി ക്കാൻ കിട്ടിയ പുതിയ ഇരയുമായി മുന്നേറുന്ന ഉറുമ്പിൻ കൂട്ടം ഉചിതമായ രൂപകം തന്നെ. ആത്മവിമർശനപരമായ ഈ നിലപാട് കവിതയെ കൂടുതൽ സത്യസന്ധമാക്കുന്നുണ്ട്.

അതിനോടു കൂട്ടിച്ചേർക്കേണ്ട മറ്റൊരു വസ്തുത കൂടി യുണ്ട്. മൂന്നു പതിറ്റാണ്ട് നീളുന്ന കവിയുടെ പ്രവാസത്തിന്റെ അനുഭവ ധന്യതയാണത്.

രണ്ടുമട്ടിൽ പ്രവാസിയുടെ നോട്ടം മേലടിക്കവിതകളിൽ പ്രധാനമാണ്. നാട്ടിൽ പാർക്കാത്ത ഒരു മലയാളിയുടെ കേരള വിമർശം പല കവിതകളിലും തീവ്രമാണ്. മൂന്നു പതിറ്റാണ്ടു കൊണ്ട് കേരളമെങ്ങനെ മാറിപ്പോയി എന്ന് മറ്റാരേക്കാളും കൃത്യമായി പറയാൻ ഒരു പ്രവാസിക്കാവും. ബുൾസ് ഐ, കേരള വൃത്താന്തം, ഇടുങ്ങിയ വാതായനങ്ങൾ, പടം പൊഴിക്കുന്ന കേരളം തുടങ്ങിയ കവിതകളിൽ മലയാളിക്കു സംഭവിച്ച പരിണാമത്തെ സംവാദ വിധേയമാക്കുന്നുണ്ട് കവി.

ഓജസ് നഷ്ടപ്പെട്ട ഒരു അലസജനതയായി പുതുമുറ ക്കാർ മാറുന്നത് കവിയെ ഭയപ്പെടുത്തുന്നുണ്ട്. പ്രളയം വന്നു വാതിലിൽ മുട്ടുമ്പോഴും ഓൺലൈനിൽ കരയുന്ന വരെന്ന് അവരെ കവി അടയാളപ്പെടുത്തുന്നു.

'ബുൾസ് ഐ' എന്ന രൂപകമുപയോഗിച്ച് മലയാളിയുടെ മനോഭാവത്തെ നിർവ്വചിക്കാൻ കവി ഉദ്യമിക്കുന്നു. മന സ്സിന്റെ ഉറപ്പില്ലായ്മയും നിലപാടുകളുടെ വഴുവഴുപ്പും കാര്യം നേടാനുള്ള ഒട്ടിപ്പിടുത്തവുമെല്ലാം അനാവൃതമാവു ന്നുണ്ട് ഈ കവിതയിൽ.

'കേരള വൃത്താന്തം' എന്ന കവിതയിൽ, സുഹൃത്തിന്റെ തോളിൽ കൈയിടാൻ മോഹിക്കുന്ന, കുഞ്ഞിന്റെ പാൽച്ചിരി കാണാൻ കൊതിക്കുന്ന ഒരു മലയാളി, നഷ്ടബോധത്തോടെ പ്രത്യക്ഷപ്പെടുന്നുണ്ട്.

കേരളത്തിന് സംഭവിച്ച വിപര്യയങ്ങൾ ഒന്നൊന്നായി ദൃശ്യമാകുന്ന കവിതയാണ് 'ഇടുങ്ങിയ വാതായനങ്ങൾ.'

വാതിലുകൾ ചെറുതാവുകയും ജാലകങ്ങളുടെ എണ്ണം കൂടുകയും ചെയ്യുന്ന പുതിയ കേരളത്തെ മതിലുകൾ വളയുന്നതും പരദേശിച്ചെടികൾ കീഴ്പ്പെടുത്തുന്നതും കവി കാണുന്നു. പടം പൊഴിക്കുന്ന മലയാളി എന്ന കവിതയിൽ തന്മയുടെ പടം പൊഴിച്ച് മറ്റാരോ ആയി നിരന്തരം മാറുന്ന കേരളീയനെ ജാള്യത്തോടെ അടയാളപ്പെടുത്തുന്നു.

ഇതര മനുഷ്യരെ അടയാളപ്പെടുത്തുമ്പോഴും കവിക്ക് പറയാനുള്ളത് മറ്റൊന്നല്ല. മനുഷ്യനു സംഭവിക്കുന്ന പതനങ്ങളെ തെളിഞ്ഞു കാണാനുള്ള വെളിച്ചത്തിനായാണ് ഈ കവി വാക്കുകളെ കൊളുത്തി വെക്കുന്നത്. നേരിട്ടും ഐറണിയുടെ സാധ്യതയുപയോഗിച്ചും ആദർശവീഴ്ചയെ അദ്ദേഹം വരഞ്ഞു വെക്കുന്നു.

''മുഖത്തൊരു പ്ലാസ്റ്റിക് ചിരി
പോലുമെടുത്തണിയരുത്
കരളിലൊരിത്തിരി
മധുരം കിനിഞ്ഞാലോ'' എന്ന ഐറണിയിൽ അതു തെളിയുന്നുണ്ട്.

''നൂറുമേനി കൊയ്യാൻ
സ്പർദ്ധ കൃഷിചെയ്യുന്ന''വരെന്ന തിരിച്ചറിവ് അവിടെയുണ്ട്.

''തേരിന്റെ തേറ്റകൾ
തളിരിളം കരൾകളിൽ
കുത്തിനോവിക്കുന്ന''തിനു സാക്ഷിയാണയാൾ.

ഈ ലോകത്തെ അജ്ഞാതമൃതശരീരങ്ങൾ നിറഞ്ഞ ഒരു ശവമുറിയായി കവി സങ്കല്പിക്കുന്നു. അതിൽ ഏറ്റവും അനാഥമായ രൂപമായി ദൈവത്തെ സ്ഥാനപ്പെടുത്തുകയും ചെയ്യുന്നു.

സ്നേഹത്തെക്കുറിച്ചു പാടുമ്പോൾ തിരസ്കൃത സ്നേഹം കടന്നുവരും. ആ വിധത്തിൽ കടുംനിറങ്ങളിൽ വരയ്ക്കപ്പെട്ട സമകാലീനജീവിത ചിത്രങ്ങൾ നിറയെയുണ്ട് ഈ സമാഹാരത്തിൽ.

എന്നാൽ സർവ്വ പ്രതീക്ഷയും കൈമോശം വന്ന ഒരാളുടെ വിലാപമല്ല ഈ കവിതകൾ. കാർമേഘങ്ങൾക്കിടയിൽ പ്രത്യക്ഷപ്പെടുന്ന വെള്ളിരേഖകൾ അങ്ങിങ്ങു കാണാം.

ഇരുട്ടു കട്ടപിടിക്കുമ്പോൾ നിലാവിനായുള്ള തുരങ്ക നിർമ്മാണം കുട്ടികൾ ഏറ്റെടുക്കുമെന്ന വാഗ്ദാനം കവി മുന്നോട്ടു വയ്ക്കുന്നുണ്ട്. (കവിത പടിയിറക്കപ്പെട്ട ശബ്ദം).

നേരരുവികൾ മാഞ്ഞു പോകും കാലത്ത് ജലനൂലിഴ ചേർത്ത് ഒരു പ്രവാഹം സൃഷ്ടിക്കപ്പെടുന്നത് കവി സ്വപ്നം കാണുന്നുണ്ട്.

തന്റെ വൈകാരിക സത്തയെ ലോകാവസ്ഥയുമായി ഇണക്കാൻ ഒരാൾ കണ്ടെത്തുന്ന ഏറ്റവും സാന്ദ്രമായ ഉപായമാവണം കവിത. 'വെറുതെ കുത്തി വരച്ചു കേടാക്കിയ കടലാസ്' എന്ന് പുറമെ നില്ക്കുന്ന ഒരാൾക്ക് തോന്നാം. എന്നാൽ അയാൾക്കത് 'എത്ര കുത്തിവരച്ചിട്ടും നേരെയാകാത്ത സ്വന്തം ജീവിതം' തന്നെയാണ്. ആ കുത്തിവര അവസാനിക്കുന്ന ഒന്നല്ല. ജീവിതത്തെ നീട്ടിവയ്ക്കാനുള്ള കാരണമായി അത് അഭംഗുരം തുടരും. മേലടിക്കവിതകൾ ആ മട്ടിൽ ജീവനൗഷധമായി വായനയിലും സ്വീകരിക്കപ്പെടട്ടെ. ആശംസകൾ നേരുന്നു.

■

A free bird leaps
on the back of the wind
and floats downstream
till the current ends
and dips his wing
in the orange sun rays
and dares to claim the sky

-Maya Angelou

വാർത്തകൾ ഓർമ്മിക്കാനുള്ളതല്ല

ഓർമ്മകളെയും
കിനാക്കളെയും
കുരുക്കിലാക്കി
വീണ്ടും വീണ്ടും
ബലാത്സംഗംചെയ്യുന്ന
അക്ഷരങ്ങളുടെ
ആക്രോശം

ബോധച്ചീന്തുകളെപ്പോലും
എണ്ണിക്കൂട്ടി
അടിച്ചു വീഴ്ത്തി
വരിഞ്ഞു കെട്ടി
ഓടി മറയുന്ന
വാർത്താക്കൂട്ടങ്ങൾ

തുളവീണ
ജീവിതത്തിന്റെ
കേൾവിയിലേക്ക്
വീണ്ടും വീണ്ടും
അലക്ഷ്യമായ്
വന്നു തറയ്ക്കുന്ന
സ്വരശരങ്ങളുടെ
ബാഹുല്യം

ഇതിനിടയിൽ
സ്വയം നഷ്ടപ്പെട്ട
മനുഷ്യനെ
പുറത്തെടുത്ത്
നിഷ്കളങ്കതയിൽ
കുളിപ്പിച്ചെടുക്കാൻ
ഏത് വിവരക്കൂമ്പാരത്തിൽ
തിരയണം? ■

കാനനപർവ്വം

നാഴികയ്ക്ക് നാല്പതുവട്ടം
സാംസ്കാരിക ചെക്ക്പോസ്റ്റുകളാണ്,
പലവട്ടം ചങ്കെടുത്തുകാട്ടി ചുങ്കമടയ്ക്കണം,
കടലാസുകളൊന്നും സ്വീകരിക്കില്ല

മൊഴി തുളുമ്പരുതിടംവലം,
അവർ തരും ചരിത്രപാത്രം,
അതിന്നളവിൽ നിരപ്പായിരിക്കണം,
വാഗ്ജലത്തിലവരുടെ മുഖം തെളിയണം

എന്നും രാവിലെയെണീറ്റുടൻ
ദേശക്കൂറ് ആറ്റിക്കുറുക്കിയത്
നൂറു മില്ലി സേവിച്ചിരിക്കണം,
അല്ലെങ്കിലുടലുടച്ച് നീരെടുക്കണം

പുത്തനക്ഷരപ്പാട്ടങ്ങൾ വേണ്ട കളിക്കുവാൻ
പഴയ കരിയിലകളടിച്ചു കൂട്ടി ചായം പൂശി
ഞെരിയാതുടയാതെ ബാഗിൽ നിറയ്ക്കുക
ബെഞ്ചുകൾ തമ്മിലയിത്ത ദൂരം നിർബന്ധം

ഐ ഡി കാർഡുകളിലാർക്കും
പ്രത്യേകം പ്രത്യേകം മുഖം വേണ്ട
എല്ലാ ഫോട്ടോയിലുമൊരേ ചായം പൂശി
മോടി പിടിപ്പിച്ച് നെഞ്ചിൽ തറയ്ക്കുക

മുഖപടത്തിൻ കൺതുളകളുടത്രയും
ലോകത്തെ ഒടിച്ചുമടക്കി ചെറുതാക്കുക
കണ്ണടയ്ക്കാതെ തന്നെ ഇരുട്ടായിക്കൊള്ളും
പുറംകാറ്റും പിന്നുള്ളിലേക്കു കയറുകില്ല

ചെടികളെ വേരോടെ പിഴുതു മാറ്റുക
അവയ്ക്ക് വളരാനീ സൂര്യതാപം പോര
ആർദ്രമീക്കുളിർമഴയിൽ മുങ്ങിത്തോർത്തി
പച്ചനിറമൊക്കെയൊലിച്ചു പോയെങ്കിലോ! ■

അർത്ഥങ്ങളുടെ ഉൾവലിവുകൾ

ഓടിക്കയറിയ അതേ വേഗത്തിൽ
തിരിച്ചിറങ്ങിപ്പോകുന്ന അർത്ഥങ്ങൾ

ഉദിച്ചയുടനെ, ഒട്ടും തിളങ്ങാൻ വിടാതെ
മേഘക്കവർച്ചയിൽ അർത്ഥവെയിൽ മൗനം

മഴ നനഞ്ഞ അർത്ഥക്കുഞ്ഞുങ്ങൾ
പനിക്കിടക്കയിൽ മോഹം വിതുമ്പുന്നു

ആടിത്തിമിർക്കാൻ കൊതിക്കുന്ന
അർത്ഥക്കാലുകളിൽ ചങ്ങലക്കനം

സാധകം ചെയ്യപ്പെടാത്ത വാക്കുകൾ
തൊണ്ടയിൽ കുടുങ്ങി രാഗാർത്ഥമിഴയുന്നു

വാനിലുയരാത്ത അർത്ഥോക്തികൾ
ഭയച്ചതുപ്പിൽ പാതാള യാത്രയിൽ. ■

ഒലീവിലക്കനവ്

ഒലീവിന്റെ കമ്പിൽ നി-
ന്നോർമ്മയുടെ മടയിൽ നി-
ന്നുറവയായ് രുധിരമൊഴുകുന്നു
പോരിന്റെ പുഴയായി നിറയുന്നു

താരുണ്യ ദീപ്തമായ്
നേരിന്റെ തോറ്റമായ്
നോവിന്റെയൂറ്റമായ്
കൂഫിയ ചുവക്കുന്നു

മണ്ണിതിൻ കതിരായി
ജന്മാന്തരങ്ങൾ തൻ
നിലവിളികളുയരുന്നു
ഭൂമിതൻ നിറമോ കറുക്കുന്നു

മരണ മണവാട്ടികൾ
നാടിന്റെ ചൂട്ടുകൾ
അകതാരിലെരിയുന്നു
ആശകൾ കുരവയിട്ടുയരുന്നു

തേരിന്റെ തേറ്റകൾ
തളിരിളം കരളുകളിൽ
കുത്തി നോവിക്കുന്നു
മോഹത്തിൻ കൂമ്പൊടിക്കുന്നു

ഹൃദയത്തിൻ നദിയിലൂ-
ടായിരം പന്തങ്ങൾ
ചീറിപ്പറക്കുന്നു
ജീവന്റെയെല്ലു തകരുന്നു

വറ്റാത്ത നാവായി
തളരാത്ത കൈകളായ്
പതറാത്ത കണ്ഠമായ്
നേരു പടരുന്നു

ആഴികൾക്കപ്പുറം
മനസ്സുകൾക്കൊപ്പവും
അഗ്നിയാളുന്നു
മോതിരക്കല്ലുകളുടയുന്നു

ഗഗനതീരങ്ങളിൽ
ഒലീവിലപ്പച്ചയായ്
നൊമ്പരക്കനവായി
കനിവിന്റെ മേഘമുരുകുന്നു

മണ്ണിന്റെ മാറിലെ
മുറിവായി നീറുന്ന
മതിലുകളടരുന്നു
പൈതലിൻ പാദമുറയ്ക്കുന്നു

തീക്കുണ്ഠമായൊരീ-
യമ്മതൻ ഹൃത്തിലേ-
ക്കിനിയുമെറിയാതെ
ആധിതൻ കനൽപ്പെരുക്കങ്ങൾ

ഒന്നൊന്നുമുരയാതെ-
യുന്മത്ത നിദ്രയിൽ
നമ്മൾ രമിക്കുന്നൂ
ഒടുവിലീയൊലീവിലക്കനവു കരിയുന്നു. ■

ബോധാനന്തരം

പ്രളയാനന്തരം
അവർ ആകാശത്തേക്ക് നോക്കി
പ്രണയമേഘങ്ങൾ തുളുമ്പി നിൽക്കുന്നു
ഇത്രയും കാലം മൊബൈലിൽ നിന്ന്
മുഖമുയർത്താതിരുന്നത് മോശമായിപ്പോയി

വെള്ളമുയർന്നപ്പോൾ
ഗേറ്റിനപ്പുറം കണ്ടു
കൂട്ടുകാരൻ തോടായൊഴുകുന്നു
തോണി നിറയെ
ഓർമ്മകളുടെ കീറച്ചാക്കുകൾ

തന്നോടുപോലും മിണ്ടാതെ
മുറിയിലടച്ചിട്ട്
ഓൺലൈനിൽ കരയുമ്പോൾ
പുറത്ത് ഇരമ്പം കേട്ടു
അയൽപക്കത്തെ വീടിന്റെ ടെറസ്സിൽ
വാക്കുകൾ കയറിലൂടെ ഊർന്നിറങ്ങുന്നു. ■

ഇരുൾവലയം

അരികിലൂടണയുമൊരു
മിന്നാമിനുങ്ങിലും മയങ്ങരുത്
ശിരോന്ധകാരത്തിലൊരു
നുറുങ്ങുവെട്ടം വീശിയാലോ

മുഖത്തൊരു പ്ലാസ്റ്റിക് ചിരി
പോലുമെടുത്തണിയരുത്
കരളിലൊരിത്തിരി
മധു കിനിഞ്ഞിറങ്ങിയാലോ

കാതിലീയം പൂശിയടച്ച്
താഴിട്ടു പൂട്ടുക
കാറ്റിലൂടൊരക്ഷരം
കടന്നു കയറിയാലോ

പേരൊരു പോരാവണമല്ലോ,
നാക്കോ നോവും
വഴി വിഘാതമായില്ലെങ്കിൽ
പിന്നെന്താണൊരു രസം? ■

കൈവിട്ടുപോയ കവിത

ചിന്തകൾ
നാലുപാടും
അന്തമില്ലാതെ
പാഞ്ഞപ്പോൾ
കളയാനെടുത്തുവച്ച
കവിത
അവൾക്കത്
വെറുതെ
കുത്തിവരച്ച്
കേടാക്കിയ തുണ്ടുകടലാസ്
എനിക്കത്
എത്ര കുത്തിവരച്ചിട്ടും
നേരെയാകാത്ത
ജീവിതം. ■

ബുൾസ് ഐ

ബുൾസ് ഐ,
മലയാളിക്കേറെ പ്രിയങ്കരം
പരന്നൊലിച്ചു പോകുന്ന
മനസ്സാക്ഷിയാണത്
പുറമേയ്ക്ക് കാണുന്ന
ചുവപ്പേയുള്ളൂ
ഒന്ന് തൊട്ടാൽ മതി
വഴുവഴാന്ന്
പലവഴിക്ക്
ഇറങ്ങിപ്പോകും
പാത്രത്തിന്റെ
ഏതു വക്കിൽ
വേണമെങ്കിലും
പറ്റിപ്പിടിച്ചോളും
എങ്കിലും
അത്ര പെട്ടെന്ന് ചവയാത്ത
വെളുവെളെ വെളുത്ത
ഒരടിത്തറ ബാക്കിനിൽക്കും. ■

സർവ്വപ്രിയരാഗം

ഞാനെന്റെ താളത്തിലാടുന്നു
നീ നിന്റെ താളത്തിലോടുന്നു

ഇല്ലില്ലൊരു സമതാളം
സർവ്വപ്രിയരാഗം

അനവരതം പുകയുന്നൊരു
പുതുജീവിത മേളം

വായ്ത്താരികൾ കത്തിക്കയറുന്നവ
പലവഴിയായ് പല കാടുകളേറുന്നു

പാട്ടായ പാട്ടുകളെല്ലാം
ജീവന്റെ ശ്രുതികൾ വിട്ടോടുന്നു

നിരനിരയായ് വീടുകളേറുന്നു
പൊതുവഴിയില്ല, പോരുവഴിമാത്രം. ■

കേരളവൃത്താന്തം

ഒരു സുഹൃത്തിന്റെ
തോളിൽ കയ്യിട്ടിട്ടെത്ര
നാളായി കൂട്ടരേ
നാട്ടിലെ 'സുഹൃത്തുക്കളെ'ല്ലാം
കൂട്ടത്തോടെ സ്ഥലം വിട്ടോ?

ഒരു കുഞ്ഞിന്റെ
പാൽപുഞ്ചിരി
നിർന്നിമേഷം നോക്കിയിരുന്നിട്ടെത്ര
നാളായി തോഴരേ
കുഞ്ഞുങ്ങൾ ചിരി മറന്നോ?

വീട്ടിലേക്കുള്ള വഴി മാത്രം
മനസ്സിൽ കുരുക്കിക്കുരുക്കി
ഋജുക്കാഴ്ചയിൽ മയങ്ങി
നാട്ടുവഴി മറന്നല്ലോ പ്രിയരേ
വീടിനു പുറത്ത് ലോകമുണ്ടോ?

വിരൽകൊണ്ട് മാത്രം
സംസാരം തുടങ്ങിയേപ്പിന്നെ
വാതുറക്കേണ്ട ആവശ്യമേയില്ല
തലയുയർത്താൻ മടി
ചിരിക്കുന്നതെങ്ങനെയാ? ■

പടം പൊഴിക്കുന്ന കേരളം

ദിവസവും പടം പൊഴിക്കുന്ന
പാമ്പുകൾ കേരളത്തിലേറെയാണ്
ആവശ്യം വരുമ്പോഴൊക്കെ
പൊഴിക്കാനായ് പടങ്ങൾ കിട്ടും
തികഞ്ഞില്ലെങ്കിൽ ഇറക്കുമതി ചെയ്യും
പടം പൊഴിച്ച് പൊഴിച്ച്
ജാള്യരാവുമ്പോൾ
ജാള്യതയുടെ പടം പൊഴിക്കലിൽ
ചിലർ വിരുതരാവുന്നു
നടന്ന് നടന്ന് പാമ്പാവുകയും
ഓടിയോടി പാമ്പാവുകയും ചെയ്ത്
കേരളം ഭൂപടത്തെ വെല്ലുന്ന
പെരുമ്പാമ്പായി മാറിയിരിക്കുന്നു
തലയ്ക്കടിയേറ്റാലും
ഉടലിന് കുത്തേറ്റാലും
പെരുമ്പാമ്പിന് ഒരേ നിസ്സംഗത. ■

ഇടുങ്ങിയ വാതായനങ്ങൾ

മലയാളിയുടെ വാതിലുകൾ
ഏറെ ചെറുതായിരിക്കുന്നു
ജനലുകളോ എണ്ണത്തിൽ കൂടുതലും
അതിലൂടെ പ്രവഹിക്കുന്നത്
പലതരം കാറ്റുകൾ
ഓരോ മുറികളിലും
പല തരം പൊടികൾ
വന്നടിഞ്ഞിരിക്കുന്നു
നിലം കാണാനേ വയ്യ
മതിലുകൾ ഓരോ ദിവസവും
വളരുന്നു, ഉയരം കൂടുന്നു
ഗേറ്റുകളുടെ രൂപമാറ്റം അതിശയകരം
എല്ലാറ്റിന്റെയും മുഖ്യദൗത്യം കാഴ്ച തടയൽ
മണ്ണടിഞ്ഞ മരങ്ങളുടെ സ്ഥാനം
പേരറിയാപ്പരദേശിച്ചെടികൾ കയ്യടക്കി
തൊടിയിലൊക്കെ നിറം മാറ്റം
വേറെയേതോ നാട്ടിലെ മണ്ണ് വിളങ്ങുന്നു
അകത്തും പുറത്തും കൂടുകൾ പെരുകുന്നു
അകത്താകട്ടെ ദ്വീപുകൾ അനുദിനം ഏറുന്നു
ഇനിയെന്നാണാവോ മലയാളിക്ക് മലയാളിയെ
കൺനിറയെ കാണാനാവുക. ■

വിയർപ്പുമണ്ഡലം

ഇത് വിയർപ്പുമണ്ഡലം
ചുടുമണൽത്തരികളിൽ
ക്ഷണികചിത്രം വരയ്ക്കുന്ന
വന്ധ്യജീവിത കർമ്മമണ്ഡലം

വാരിധിക്കുമ്പിളിൽ തെന്നി
വഴുതി വീഴാതൊഴിഞ്ഞമർന്ന്
നിവർന്നെണീറ്റു വന്നണഞ്ഞ
സ്വപ്നവ്യാപാര നഭോമണ്ഡലം

അർദ്ധോക്തിയിലെല്ലാമുറയുന്നിടം
അർദ്ധനിമീലിതം വിവർണ്ണജാലം
കരകാണാക്കടലിന്നക്കരെ
കളഭം ചൊരിയും കതിരവനെങ്കിലും

കാളിന്ദി നിറഞ്ഞൊഴുകുന്നൊരു
ശിലാപാളികളടരും മാനസം
ജഡജടിലം തനുവൊക്കെയും
കൃതഹസ്തം ചാഞ്ഞ ശിഖരം. ■

അയനം

മുൻപിലുള്ള
സകല ആകാശങ്ങളെയും
വിഴുങ്ങുന്ന
പാലം
മുന്നോട്ടു നടക്കാതെ
തന്നിലേക്കു തന്നെ
തിരിച്ചു വരുന്നു

വായിൽ നിന്ന്
വെളിയിൽ വരാത്ത വാക്കുകൾ
കാതിൽ
വിത്ത് വിതയ്ക്കുന്നു

എവിടെയും എത്താത്ത
നോട്ടം
കണ്ണിൽ തന്നെ
തറഞ്ഞു നിൽക്കുന്നു

ചലനശക്തി നഷ്ടപ്പെട്ട
കൈകൾ
മനസ്സിന്റെ
നാല് ദിക്കിലേക്കും
നീളുന്നു. ■

സംസ്കാര സിന്ദൂരം

ഗ്രന്ഥം വിട്ടോടിയകന്ന്
തെരുവിലിറങ്ങിയ മനസ്സ്
ആലയിൽ കെട്ടിയ പശുവിനെ
അവിടെ നിന്ന് വലിച്ചിഴച്ച്
തെരുവിന്റെ നടുവിൽ കൊണ്ടുനിർത്തി
പിന്നെ, വാദ്യഘോഷങ്ങളോടെ
അതിന്റെ പുറത്തു കയറി
നഗരം ചുറ്റി, സഞ്ചാരം മുടക്കി
പോകാൻ മടിച്ച വഴികളിലൂടെ കറക്കി
പിന്നെ, മുളവടിയിൽ ചുറ്റി
തെരുവിന്റെ മുഖത്ത്
ചെഞ്ചായം തളിച്ചു
എന്നിട്ട് പറഞ്ഞു,
തെരുവിന്റെ നെറുകയിൽ
സംസ്കാരസിന്ദൂരം ചാർത്തിയെന്ന്. ■

പാർക്കിൽ ഒറ്റയ്ക്കിരിക്കുന്ന പെണ്ണ്

പാർക്കിൽ ഒറ്റയ്ക്കിരിക്കുന്ന പെണ്ണിന് ചുറ്റും
നോട്ടങ്ങളുടെ ആകാശം പെയ്യും
നിമിഷങ്ങൾ കൊഴിയുന്തോറും
സംശയങ്ങളുടെ ചിലന്തിവല
നെയ്യപ്പെട്ടുകൊണ്ടേയിരിക്കും

ഇവൾ വിൽപ്പനയ്ക്കെന്ന് മനക്കോട്ട കെട്ടി
ചുറ്റിലും നിന്ന് ഒളിഞ്ഞും തെളിഞ്ഞും
നയനങ്ങളാൽ മൈഥുനം ചെയ്ത്
യുവാവ് മുതൽ വൃദ്ധൻ വരെ
ആഗ്രഹങ്ങൾ ചോദ്യശരമായി
തൊടുത്തുവിടാൻ വെമ്പും

നാണത്തിന്റെ ഷാൾ പുതച്ച്
ഉയർന്ന മാറിടം ഒളിപ്പിക്കാൻ
തത്രപ്പാടുമായി അവൾ ഉരുകിയൊലിക്കും
മനസ്സിലുയരുന്ന ദുരിതപർവ്വങ്ങളുടെ
കടലിരമ്പത്തിൽ അവളുടെ മാറ്
വീണ്ടും ഉയർന്നുപൊങ്ങും

ഇത്തവണ മറ്റൊരു താളത്തിൽ
ചുറ്റിലും ആകാംക്ഷയുടെ

നെടുവീർപ്പ് തിരമാലയുയർത്തും
ആ തലതിരിഞ്ഞ തിരമാല
അവളുടെ നിശ്ശബ്ദ കണ്ണീർത്തീരങ്ങൾ
കുതിർത്തു കളയും

അവസാനിക്കാത്ത ദുഃഖമഴയിൽ
അവൾ നനഞ്ഞു തീരുമ്പോഴും
ചുറ്റിലും റാകിപ്പറന്നുകൊണ്ടേയിരിക്കും
സംശയപ്പരുന്തുകൾ. ■

തമസ്കരിക്കപ്പെട്ട പുൽക്കൊടി

തിരസ്കരിക്കപ്പെടുന്ന സ്നേഹം
മരുഭൂമിയിൽ നാമ്പിടുന്ന
പുൽക്കൊടി പോലെ
ആർക്കോവേണ്ടി
വെയില് കൊണ്ട്
തളർന്നുവീണ്
ഉണങ്ങിയമർന്നാലും
ഭൂമിയുടെ ഗർഭത്തിൽ
ദഹിക്കാതെ കിടക്കും
തിരസ്കരിക്കപ്പെടുന്ന സ്നേഹത്തിന്
മരണം വിധിക്കപ്പെട്ടിട്ടില്ല
തമസ്കരിക്കപ്പെടുന്നേയുള്ളൂ
ഭൂമിയുടെ അകക്കാമ്പിലതെന്നും
ഒച്ചയില്ലാത്ത നിലവിളിയായി അവശേഷിക്കും
ചിലപ്പോൾ കാലക്കാറ്റ് അതിനെ
ഓർമ്മയുടെ ഗന്ധകമാക്കി പുറത്തെടുക്കും
അന്നത് അഭൂതപൂർവ്വം ആളിക്കത്തും. ■

അദൃശ്യ വേണു

ഒരു മുളംതണ്ടിലൂടൊഴുകുമൊരു
മധുമോഹന പ്രേമമഹാവിദ്യയാൽ
അനശ്വരപ്രണയവസന്തമുയിർത്ത
പുല്ലാങ്കുഴലുടയോനുടനവദ്യഭൂമി

നാരീമനോമുകുരത്തിലെന്നുമൊരു
മധുരമനോജ്ഞ പ്രേമാരാമംതീർത്ത
കാമുകനൈപുണിയാലാനന്ദതുന്ദിലം
മമത മകരന്ദമായൊഴുകിയ സുന്ദരനാട്

ഇന്നാ മുളന്തണ്ടു വളർന്നുവളർന്നതിൻ
വേണുഗാനം മറന്നു വെറും മുളവടിയായ്
ദണ്ഡനാരവമുതിർത്തൊരശനിപാതമായ്
പാവമാം ഗോപാലർതൻ ശിരസ്സിൽപ്പതിപ്പൂ. ■

മണ്ണിന്റെ ഗന്ധം

ഫോസിലുകളെടുത്തൊന്നു
മഷിയിട്ടു നോക്കാം
ചരിത്രത്തിലടയാളമുണ്ടോ
സംസ്കാരത്തിനുടയാടയുണ്ടോ

മണ്ണിന്റെയടരുകളോരോന്നായ്
കിളച്ചുമറിച്ചു തിമിർക്കാം
ചെങ്കോലു വീശിച്ചുഴറ്റി
രേഖകൾ കീറിമുറിക്കാം

മഴുവിന്റെ മുഴക്കോലു നീട്ടി
മനസ്സിന്റെ മണമളക്കാം
രുധിരം തുരുതുരെക്കിനിയുവോളം
ധമനികൾ ചിന്നിച്ചിതറുവോളം

വേരുകൾ ഞെക്കിപ്പിളർത്താം
ഒന്നിനെ രണ്ടായ്പ്പകുത്തുമാറ്റാം
ഒട്ടിപ്പിടിക്കാതെ പറിച്ചുനടാം
വേനലിൽ വാടിക്കരിയുവോളം

രഥചക്രമിനിയുമുരുട്ടാം
പേരുകൾ നീളെത്തെളിക്കാം
എല്ലുകളിനിയും ചതയ്ക്കാം
പല്ലുകൾ മുഴുക്കെക്കൊഴിക്കാം

ആര്യാംബരത്തിൻ ചുവട്ടിൽ
ഇരുളിന്റെ മേഘം പടർത്താം
കരാളമാം കടന്നുകയറ്റത്തിൻ
രാശിചക്രമിനിയും കറക്കാം

അമിതമായ് മോടിപിടിപ്പിച്ച
സ്വപ്നങ്ങൾ പൊഴിഞ്ഞു വീഴുന്നു
വേരുകൾ ഗാഢഗാഢം കെട്ടിപ്പുണരുന്നു
അടരാതെയടരാടിപ്പടരുന്നു

വരികളെല്ലാം നേർരേഖയാകുന്നു
പരിവാര സംക്രാന്തിയസ്തമിക്കുന്നു
വാക്കുകൾ വാരിധി പിളർക്കുന്നു
പുതിയ ലക്ഷ്മണരേഖകൾ തീർക്കുന്നു. ■

മൗനസങ്കീർത്തനം

വീടൊരു മരമായ്
എന്നിലേക്കു മാത്രം
വേരാഴ്ത്തിയിരിക്കുന്നു,
തടിയിലുറയുമൊരു
മൗനത്തിൻ രുധിരപ്രവാഹത്തിൽ
പൊടിഞ്ഞുതിർന്നടരുന്നു ജീവിതം,
വാക്കുകൾ ഇലകളായ്
വിടർന്നു തളിർത്ത് പരിലസിച്ചാലും
വായ്ക്കകത്ത് സുഷിരങ്ങളായൊടുങ്ങുന്നു.

കണ്ണുകളഴലിന്റെ നീലജലാശയമായ്
മോഹങ്ങളുടെ ഉപ്പു തേടുന്നു,
അന്യന്റെയധരങ്ങൾ മധുരസംഗീതം
പൊഴിക്കേണ്ടും കാലം
ആശങ്കയുടെ മുഖപടമണിഞ്ഞ്
നാട് ഒച്ചയില്ലാതൊച്ചായൊഴുകുന്നു.

സഹജീവിയുടെ കണ്ണിലുരുവം കൊള്ളും
പ്രണയത്തിൻ പരൽമീനുകളെപ്പോലും
സംശയശരത്താൽ കൊരുക്കുന്നു,
ഉഭയജീവിതമഭയജീവിതമായ്
മൗനസങ്കീർത്തനമായ്
ആത്മാവിലേക്കൂളിയിടും യാത്രയായ്,

അകലങ്ങളിൽ ഓർമ്മയുടെ
കാണാക്കയങ്ങളിൽ
ഉറ്റവരുടെ നിശ്വാസം
അനന്തതയിൽ വിലയം പ്രാപിക്കുന്നു.

ഞാൻ എന്നിലൊരു കയർ പിരിക്കുന്നു
ചിന്തകളിഴചേരുന്നു
മൗനവുമായിണചേരുന്നു. ■

സൂചിമുനയിലെ ജന്മസുകൃതങ്ങൾ

ലോകം സൂചിമുനയുടെ
ഏകാഗ്രചിത്തത്തിൽ
മനുഷ്യന്റെ കാൽപാടുകൾ
അറിയാതെ അകലങ്ങളിലേക്ക്
നിതാന്തസഞ്ചാരത്തിൽ
അന്യതയുടെ അലങ്കാരപ്പണികൾ
ഇരുട്ടിന്റെ ഏകാന്ത
ദ്വീപുകൾ സൃഷ്ടിക്കുന്നു
ഓടിയകലുന്ന പ്രതീക്ഷകൾ പോലും
മുടന്തുമായ് തളർന്നു വീഴുന്നു
ശരീരം മുഴുവൻ
ബന്ധനച്ചുഴിയിലെങ്കിലും
മനസ്സിന്റെ കെട്ടഴിച്ച്
അശരണതയുടെ മുമ്പിലെ
അവസാന ശ്വാസത്തിനു മുമ്പ്
വേലി കെട്ടിക്കാത്തുകൊണ്ട്
കരുണയുടെ മുജ്ജന്മസുകൃതങ്ങൾ
വേലിക്കമ്പുകളിൽ ജീവന്റെ തുടിപ്പുകൾ
ഊതിക്കാച്ചി സ്വയം
സ്വേദം കുടിക്കുന്നു
അകലങ്ങളിൽ മനസ്സുകൊണ്ട്
പുണരാൻ വെമ്പുന്ന കാരുണ്യസ്പർശം. ■

പടിയിറക്കപ്പെട്ട ശബ്ദം

പെൺകുട്ടിയുടെ നാവറുക്കുമ്പോൾ
രാഷ്ട്രം രക്തം വാർന്ന് മരിക്കുന്നു
ദേശത്തിന്റെ കണ്ണാടിയിൽ
മനുഷ്യന്റെ നിറം മങ്ങുമ്പോൾ
രാഷ്ട്രീയത്തിന്റെ ശവം ചീഞ്ഞളിയുന്നു
ചിന്തകളിൽ വിഷം തളിക്കുമ്പോൾ
കുഞ്ഞുങ്ങളുടെ കതിര് കരിഞ്ഞുണങ്ങുന്നു
ഇരുട്ട് കട്ടപിടിക്കുമ്പോൾ നിലാവിനായ്
തുരങ്കനിർമ്മാണം കുട്ടികൾ ഏറ്റെടുക്കുന്നു. ■

ശവമുറി

ഈ ലോകം
അജ്ഞാത ശവങ്ങൾ
നിറഞ്ഞ ശവമുറിയാകുന്നു
അവകാശികളില്ലാതെ
ഒരുപാട് നാളുകൾ കിടന്ന
ഓരോ ശവത്തെയും
ഏറ്റെടുത്ത ദൈവം
ഏറ്റവും വലിയ
പരോപകാരിയായിത്തീർന്നു
എല്ലാ ശവങ്ങളെയും
ബഹുമാനപുരസ്സരം
അടക്കം ചെയ്ത ദൈവത്തിന്
എല്ലാവരും സ്തുതിഗീതം ചൊരിഞ്ഞു
ഒരു നാൾ
ദൈവവും അകാലചരമം പ്രാപിച്ചു
എന്നാൽ
ദൈവത്തിന്റെ ശവവും
ഏറ്റെടുക്കാനാളില്ലാതെ
ഒരുപാട് നൂറ്റാണ്ടുകളായി
ഈ ശവമുറിയിൽ കിടക്കുന്നു
നന്ദികെട്ട മനുഷ്യർ
ആ ഭാഗത്തേക്ക്
തിരിഞ്ഞു നോക്കുന്നതു പോലുമില്ല. ■

ഒച്ച

അല്പം ഒച്ച വച്ചിരുന്നെങ്കിൽ
ഒന്നുറക്കെ കരഞ്ഞിരുന്നെങ്കിൽ...
സിനിമാ ഡയലോഗൊന്നുമല്ല,
ഒച്ചയടഞ്ഞ സമൂഹത്തിന്റെ ആത്മഗതം...
അന്ധകാരത്തിന്റെ നിർമ്മാതാക്കൾ
കുഞ്ഞു മനസ്സിന്റെ ആഴങ്ങളിൽ
വിഷദംശനം നടത്തിക്കൊണ്ടേയിരിക്കുമ്പോൾ
അമ്മച്ചിറകുകളോരോന്നായ്
വെട്ടി വില്പന നടത്തുമ്പോൾ
ഉയരാത്ത കൈവിരലുകൾ
ഒച്ചയടഞ്ഞ തൊണ്ടകൾ
സ്പന്ദനം നിലച്ച ചങ്കുകൾ. ■

അർത്ഥങ്ങളുടെ
അധോയാനം

ശ്വാസത്തിനായി
പിടയുന്ന വാക്കുകൾ
വാക്കുകൾക്കായി
പിടയുന്ന ശ്വാസങ്ങൾ
നിലച്ചുപോയ
ഘടികാരസൂചികൾ
അക്ഷരങ്ങളുടെ വിന്യാസം
മാറ്റിവിരിക്കപ്പെട്ട
ജീവിതനിഘണ്ടു
വാതകങ്ങളുടെ
'പുരോ'ഗതിയിലൂടെ
ആവിയായിപ്പോകുന്ന
വാചകങ്ങളുടെ സഞ്ചാരം
വരികളുടെ വാൾമുനകളാൽ
വലിച്ചൂരിയെടുക്കപ്പെടുന്ന
വാരിയെല്ലുകൾ
ഭൂമിയിൽ നിന്ന്
അനവരതം
മുറിച്ചു മാറ്റപ്പെടുന്ന
കാലുകൾ
ഉപ്പൂറ്റികളിൽ നിന്ന്
ഓരോ നിമിഷവും

ഊർന്നു പോകുന്ന
മൺതരികൾ
ഭൂമിയുടെ
ഓരോ വരണ്ട തുണ്ടും
വിഷാദം കുടിക്കുന്ന
ഓരോ ശ്വാസമാണ്
ഊറ്റിയെടുക്കപ്പെടുന്ന
ഓരോ തുള്ളി സ്വേദവും
ഒരുകടൽ മോഹങ്ങളാണ്
ഉൽക്കടപ്രതീക്ഷകളുടെ
ജലപ്പരപ്പാണ്
അർത്ഥനകൾ
ഓരോന്നോരോന്നായ്
തീർത്ഥയാത്രയ്ക്കയയ്ക്കപ്പെടുമ്പോൾ
അർത്ഥകല്പനകളൊക്കെയും
അന്ധകാരത്തിൽക്കുരുക്കി
രഥചക്രങ്ങളിൽ
കെട്ടിവലിക്കപ്പെടുന്നു. ■

ചൂടാറിയ വാർത്ത

ചൂടാറിയ വാർത്ത
പഴയ പത്രത്താളിൽ
എന്നെ നോക്കി പല്ലിളിക്കുന്നു,
അതോ, വിതുമ്പുകയാണോ,
കണ്ണീർ വാർക്കുകയാണോ?

വാർത്ത വന്ന ദിവസം
വിതുമ്പിയത് ഞാനായിരുന്നു
കൂടെ കരയാൻ ഒത്തിരി പേർ
എന്തായിരുന്നു അന്നത്തെ കോലാഹലം
പൊടിപാറിയ ചാനൽ ചർച്ചകൾ,
ചായക്കടയിലെ വാദപ്രതിവാദങ്ങൾ,
മരിച്ചത് ഏതോ പെൺകുട്ടിയല്ല,
സഹോദരി, കൂടപ്പിറപ്പ്, കൂട്ടുകാരി,
പീഡനപർവ്വത്തിന്റെ സ്മാരകം,
മെഴുകുതിരികളുടെ ലാവാപ്രവാഹം...

മണ്ണാങ്കട്ട...

കൊടിപിടിച്ചവരിൽ ഞാനും
കൂട്ടത്തിൽ കൂടിയില്ലെങ്കിൽ കുറച്ചിലല്ലേ
പൊതുസമൂഹത്തിൽ അംഗമല്ലേ
പ്രതികരണ തൊഴിലാളികളിൽ അഗ്രജൻ...

വാർത്തയിപ്പോൾ മോർച്ചറിയിൽ മരവിച്ചു
പത്രത്താളിലെ അക്ഷരങ്ങളൊക്കെ
ഓരോന്നോരോന്നായി
ഉറുമ്പുകൾ കൊണ്ടുപോയി
പല ദേശങ്ങളിൽ, കരയിലും കടലിലും
വായുവിലും സഞ്ചരിച്ച ഉറുമ്പുകൾ
ദഹിച്ച വാർത്താക്ഷരങ്ങളാൽ ചീർത്തു
പുതിയ വാർത്തയിലെ ഇരയെ തേടിത്തേടി
മനുഷ്യരായി രൂപപരിണാമം സംഭവിച്ചു. ■

നേരരുവി

ഉച്ചിയിലെ മഞ്ഞുപാളികളിൽ വിള്ളലുണ്ടായി
നേരരുവികൾ മായ്ക്കപ്പെടുമ്പോൾ

ചരിത്രം ഇടുങ്ങിയ മനോവഴികളിൽ
പാത്തും പതുങ്ങിയുമൊഴുകും

കറുത്ത കാലത്തിന്റെ പാറക്കെട്ടുകളിൽ
പേർത്തും പേർത്തും തലതല്ലിയംഗഛേദം വന്ന്

വെറുപ്പിന്റെ തമോഗർത്തങ്ങളിൽപ്പതിച്ച്
അനന്തകാലം വെളിച്ചത്തിനായ് കാത്ത്

അജ്ഞാതവഴികളിൽ നിന്നുറവയുതിർന്ന്
കൈവഴികളനേകം വന്നുചേർന്ന്

മഹാപ്രവാഹമായുള്ളനക്കം വന്ന്
നേരാകാശത്തേക്ക് കുതിക്കും

അന്ന് കറുത്ത മേഘങ്ങളെ വകഞ്ഞുമാറ്റി
അനേകം വള്ളിപ്പടർപ്പുകൾ കീഴോട്ട് വരും

ജലനൂലുകളെല്ലാമിഴചേർന്നിഴചേർന്ന്
ശുദ്ധീകരണ പ്രവാഹങ്ങളുടെ സംക്രാന്തി തീർക്കും

അന്ന് ഭൂമദ്ധ്യരേഖയിൽനിന്ന് പുത്തനൂർജ്ജം നേടി
ചരിത്രത്തിന്റെ ദശാസന്ധിയിൽ സൂര്യന്റെ ഉത്തരായനം

പ്രകീർത്ത പ്രതിമകൾ നിലം പൊത്തുകയും
ഗംഗയിലെ ശവങ്ങൾക്കൊപ്പം ചേരുകയും ചെയ്യും

ബോധത്തിന്റെ പല്ലടർന്നു തേഞ്ഞു തീർന്ന് തീർന്ന്
അഹന്തയുടെ പാറക്കെട്ടുകളോരോന്നായ് ഉരുണ്ടു വീഴും

അനന്തസത്യത്തിന്റെയതിരിൽ വരെ നിരങ്ങിനീങ്ങി
നിത്യതയുടെ താപസന്റെ കാൽക്കീഴിൽ പതിക്കും

മുള്ളുകളെല്ലാം തേഞ്ഞു തീർന്ന മിനുസവഴികളിലൂടെ
നേരരുവികളന്ന് നിലയ്ക്കാപ്രവാഹം തുടങ്ങും. ■

കയർപ്പാലം

തിരക്കിന്റെ അർദ്ധോക്തിയിൽ
സഞ്ചാരം നിലച്ചപ്പോൾ
വയറിന് കൂച്ചുവിലങ്ങിട്ട്
ജീവിതം മരണത്തിന്റെ കൂടെ
എങ്ങോട്ടോ ഒളിച്ചോടിപ്പോയി

ദ്വേഷം ഇരച്ചു കയറി
കഷണങ്ങളായി മുറിഞ്ഞ ഹൃദയം
ആകാശത്തേക്ക് കയർപണിഞ്ഞ്
സ്വപ്നത്തിലേക്ക് വലിഞ്ഞുകയറി

ഭൂമിയിൽനിന്ന് ഭൂമിയിലേക്ക്
പതിക്കാനാഞ്ഞ ചാട്ടവാറിൽ
കാറ്റിന്റെ പ്രവാഹം അഗ്നി നുരപ്പിച്ചു

മനസ്സിന്റെ മണൽപരപ്പിൽ
കനവ് പുൽനാമ്പ് നീട്ടി. ■

രോഷം

എന്റെ ഭാഷയെ
നിങ്ങൾ
ക്രൂരമായി ബലാത്സംഗം ചെയ്തു

എന്റെ സംസ്കാരത്തെ
നിങ്ങൾ
മർദ്ദിച്ചവശരാക്കി

എന്റെ കുട്ടികളെ
നിങ്ങൾ
നിഷ്ഠൂരം ചുട്ടുകൊന്നു

എന്റെ ജീവ വായുവിൽ
നിങ്ങൾ
വിഷം കലർത്തി

എന്റെ വെള്ളത്തെ
നിങ്ങൾ
മലിനമാക്കി

എന്റെ പച്ചയെ
നിങ്ങൾ
കറുപ്പാക്കി. ■

പ്രണയത്തെ നാമെന്തു പേർ ചൊല്ലി വിളിക്കും?

ഈ പ്രണയത്തെ
നാമെന്തു പേർ
ചൊല്ലി വിളിക്കും

നമുക്കിടയിൽ വിരിഞ്ഞ
ചിന്തതൻ പൂവിലെ
മധുകണമെന്നോ

നിന്നധരപുടങ്ങളിൽ
മൊട്ടിട്ടിട്ടും മൊട്ടിട്ടിട്ടും
വിരിയാത്ത പുഞ്ചിരിയെന്നോ

നിൻമിഴിയിണകളിലിനിയും
വായിക്കപ്പെടാതുറങ്ങിക്കിടക്കും
നൂറുനൂറു കഥകളെന്നോ

ആത്മാവിന്നുള്ളറകളിൽ
എനിക്കാവാഹിക്കാൻ കഴിയുന്ന
നിൻ ഹൃദയസുഗന്ധമെന്നോ

വാക്കുകൾ നോട്ടത്തിലൂടെ
വശ്യസഞ്ചാരം നടത്തും
തരംഗജാലമെന്നോ

ആത്മാവിലറിയുന്ന
നിശ്ശബ്ദലിപികളുടെ
വാചാല കവിതയെന്നോ

അകലങ്ങളിൽ ഞാൻ നിന്നെ
മനസ്സുകൊണ്ടു തൊടുമ്പോൾ
തൊടാതെ തൊടും സ്പർശമെന്നോ. ■

സത്യത്തിന്റെ ശവക്കുഴി

വീണ്ടും വീണ്ടും
ചതഞ്ഞരഞ്ഞ
എന്റെ ശബ്ദം
എന്നെ തിരിച്ചറിയാൻ
മടിക്കുമ്പോൾ
എന്റെ നിഴൽ
എന്നെ മറികടക്കുന്നു.

എന്റെ സ്വന്തം ശബ്ദത്തെ
തിരഞ്ഞു ഞാൻ
ഇനിയെങ്ങോട്ടു പോകും.

പല അളവുകൾ
പലവുരു കോറിയ
പലതായ് കീറിയ
എന്റെ മുഖം
ഒരുപാട് കടലുകളിൽ
ഊളിയിട്ടുയർന്നു താഴ്ന്ന്
മലകളേറെയേറി
ഉരുണ്ടിറങ്ങി
വലഞ്ഞലഞ്ഞുലഞ്ഞ്
എഴുത്തു മാഞ്ഞ
കടലാസ് പോലെയായ്

വിണ്ടു കീറിയ കാലുകൾ
രണ്ടും രണ്ടു വഴിക്ക്
സത്യത്തെ തേടി
യാത്ര തുടങ്ങി.

ഒരടി മുന്നോട്ട്
വയ്ക്കാൻ കഴിയാതെ
നിന്നേടത്തു തന്നെ
സത്യത്തിന്റെ ശവത്തെ
കുഴിച്ചു മൂടാനുള്ള
വൃഥാ ശ്രമത്തിൽ
കാലം കഴിക്കുന്നു. ■

വിള

സമൃദ്ധമായ വിളവിന്
ഞങ്ങൾ അസൂയ
വളം ചേർക്കുന്നു

നൂറു മേനി കൊയ്യാൻ
ഞങ്ങൾ സ്പർദ്ധ
കൃഷി ചെയ്യുന്നു

'നല്ല' കതിര് വരാൻ
ഞങ്ങൾ സ്നേഹക്കള
പിഴുതെറിയുന്നു

ഉത്പാദനക്ഷമത വർദ്ധിക്കാൻ
ഞങ്ങൾ ഹൈബ്രിഡ് രാഷ്ട്രീയം
ഉപയോഗിക്കുന്നു

ധാന്യത്തിന്റെ മഞ്ഞപ്പിനായ്
ഞങ്ങൾ മതത്തിന്റെ
വെണ്ണീർ കലർത്തുന്നു

മണ്ണിന്റെ സമ്പുഷ്ടതയ്ക്കായ്
ഞങ്ങൾ വിദേശ മേധാവിത്തം
ഇറക്കുമതി ചെയ്യുന്നു

അമിത ലാഭത്തിനുവേണ്ടി
ഞങ്ങൾ അമർഷം ചേർക്കുന്നു

താൽക്കാലിക നേട്ടത്തിനുവേണ്ടി
ഞങ്ങൾ എന്തും ത്യജിക്കും

ഞങ്ങളെ, ഞങ്ങളുടെ തലമുറയെ,
ഈ ഭൂവിന്റെ ചൈതന്യത്തെ പോലും. ■

ഉരുകിയ ചിന്തകൾ

ചിന്തകൾ പരന്നൊഴുകുന്നു
അഗ്നിയിൽ പടർന്നിറങ്ങുന്നു

അതിൽ ദുരിതങ്ങളൊക്കെയും
പെട്രോളായ് ഒലിച്ചിറങ്ങുന്നു

ചരക്കുകൾക്കും മോഹങ്ങൾക്കും
മനസ്സിനും തീ പിടിക്കുന്നു

കസേരകളിൽ വിള്ളലുണ്ടാവുന്നു
ചാട്ടവാറുകൾ പുളയുന്നു

നിലവിളികൾ ആവിയാകുന്നു
താരുണ്യം ദാരുണമാകുന്നു

നാണയങ്ങളിൽ നിണം പടരുന്നു
നാണവും മാനവും ടാറിലുരുകുന്നു. ■

കാളവണ്ടിയിലെ പ്രധാനമന്ത്രി

നിറയെ ഭാരം കയറ്റിയ കാളവണ്ടി
രാത്രിയുടെ പതിനൊന്നാം മണിക്കൂർ
വണ്ടിയുടെ തണ്ടിൽ ഉറങ്ങുന്ന പ്രധാനമന്ത്രി
അടിയിൽ മുനിഞ്ഞുലഞ്ഞാടുന്ന റാന്തൽ

ദിശാബോധം നഷ്ടപ്പെട്ട വണ്ടി വളവിലെത്തുന്നു
തന്റെ മനോഗതിക്കനുസരിച്ച് കാള നടക്കുന്നു
തലങ്ങും വിലങ്ങും ചീറിപ്പായുന്ന വാഹനങ്ങൾ
തട്ടുകയും മുട്ടുകയും ചെയ്യുന്നു

ഒരു മുട്ടലിൽ വലത്തോട്ടും
പിന്നൊന്നിടത്തോട്ടും
ഉലഞ്ഞലഞ്ഞ്
രാത്രിയുടെ പതിനൊന്നാം മണിക്കൂറിൽ. ■

ജനാധിപത്യത്തിന്റെ മരണം

പാർലമെന്റ് മന്ദിരത്തിനു
മുകളിൽ
കഴുകന്മാർ
വട്ടമിട്ടു പറക്കുന്നു

ജനാധിപത്യം മരിച്ചിട്ട്
നാളേറെയായി
ചീഞ്ഞളിഞ്ഞ്
ദുർഗന്ധം
വമിക്കാതിരിക്കാൻ
അധികാരികൾ
സർവ്വ സുഗന്ധതൈലങ്ങളും
ഇറക്കുമതി ചെയ്യാൻ
ഉത്തരവിട്ടിരിക്കുന്നു

അതിനായി,
ഉദാരവൽക്കരണവും
ആഗോളവൽക്കരണവുമടക്കം
എല്ലാ നിയമങ്ങളും
ഭേദഗതി ചെയ്തിരിക്കുന്നു

ഇതെല്ലാം കണ്ട്
പാർലമെന്റിന്റെ
മുറ്റത്തൊരാൾ
തലകുനിച്ചിരിക്കുന്നു.

കറുത്ത ചായം
മേലാസകലം പുരണ്ട്,
അത് നമ്മുടെ ഗാന്ധിജിയായിരുന്നു. ■

തിരോധാനം

കുന്ന് കുന്നിൽ നിന്നിറങ്ങി
വയലുകളുടെ ശവക്കുഴികളിൽ വീണ്
പിടിമണ്ണായിപ്പരിണമിച്ചു

വീട് വീട്ടിൽ നിന്നിറങ്ങി
അദൃശ്യനൂലിൽ കുരുങ്ങി
ആകാശച്ചെരിവിലസ്തമിച്ചു

പ്രകാശം പ്രകാശത്തെ വിഴുങ്ങി
ചെരാതുകൾ തോണ്ടിയെറിഞ്ഞ്
ഘനാന്ധകാരമൊരുക്കി

ശബ്ദം ശബ്ദത്തിൽ ഈയമൊഴിച്ച്
സത്യത്തിന്റെ ചെവിയടച്ച്
മനുഷ്യത്വം സ്ഥാപിച്ചു

ചിന്ത ചിന്തയിൽ മിസൈൽ വിട്ട്
അതിർത്തികൾ മായ്ച്ചുകളഞ്ഞ്
ഭൂരഹിതരുടെ രാജ്യങ്ങളുണ്ടാക്കി

എന്നിൽനിന്ന് എന്നെ വിളിച്ചിറക്കി
നിങ്ങളോരോരുത്തരും വ്യഭിചരിച്ച്
എണ്ണമറ്റ എന്നെ സൃഷ്ടിച്ചു. ■

യമുനയോട്

യമുനയിവൾ നമിതയായ്
മരണമാല്യം ചൂടുന്നിതോ

പുളിനമതിൽ മയപുരിയോ
യമപുരിയായ് തീരുന്നിതോ

പുരിനിറയെ അഴുകി വരും
ചിന്തകൾ നീ പുണരുന്നിതോ

പഥമാകെ ശ്ലഥമാകും
അഭിമാനം നിറയുന്നിതോ

ഇടവഴിയിൽ ചിതറിവീഴും
രാജനീതികൾ കുമിയുന്നിതോ

കുരുതിക്കായ് നേദിക്കാൻ
നേരല്ലാതൊന്നും കാണുന്നില്ലിതോ

യമുന നീ യാമിനിയായ്
പകലിതിലും മാറുന്നിതോ

ഒളിയെവിടെ ഗർത്തത്തിൽ
ചെളിപൂണ്ടു കിടക്കുന്നിതോ

പുരിതന്നുടെ പാപത്തിൻ
പുകയാകെ നീ പൂകുന്നിതോ. ■

മണ്ണ്

എന്നാദ്യക്കരച്ചിലി-
ന്നുച്ചൈസ്തരം
തുടിച്ചവളീ മണ്ണ്

ഈ മണ്ണിന്റെ മണമുണ്ടു
വളർന്നവൻ ഞാൻ

എൻ ബാല്യച്ചിരട്ടയിൽ
അപ്പമായവളീ മണ്ണ്

എൻ പാദസ്പർശത്താൽ
പൂത്തുലഞ്ഞ കന്യയീ മണ്ണ്

അവളുടെ ചൊടിയിലെൻ
മോഹച്ചെടി വളർന്നിരുന്നു

ഇതെൻ സ്വേദം
വീണു കുതിർന്ന മണ്ണ്

ഈ മണ്ണെനിക്കന്യമല്ലെ-
ന്നുന്നമാണുണ്മയാണ്. ■